நியூட்டனின் மூன்றாம் விதி

நா.முத்துக்குமார்

டிஸ்கவரி பப்ளிகேஷன்ஸ்

எண்: 9, பிளாட் எண்: 1080A, ரோஹிணி பிளாட்ஸ்
முனுசாமி சாலை, கே.கே.நகர் மேற்கு,
சென்னை - 600 078. பேச: 99404 46650

வெளியீட்டு எண்: 0381

நியூட்டனின் மூன்றாம் விதி

ஆசிரியர்: **நா.முத்துக்குமார்**

Newtonin moondraam vithi

Author: Na.Muthukumar

Copyright: Jeeva Muthukumar©

1st Edition: Dec - 2020-6th Nov - 2024

ISBN: 978-93-89857-36-8

Pages: 64.

Rs. 90

Publisher • Sales Rights

Discovery Publications
No. 9, Plot,1080A, Rohini Flats,
Munusamy Salai,
K.K.Nagar West, Chennai - 78.
Tamilnadu, India.
Mobile: +91 99404 46650

Discovery Book Palace (P) Ltd
No. 1055-B, Munusamy Salai,
K.K.Nagar West,
Chennai-600 078.
Ph: (044) 4855 7525
Mobile: +91 87545 07070

discoverybookpalace@gmail.com / www.discoverybookpalace.com

இந்த நூலில் பிரசுரமாகியுள்ள எந்த ஒரு பகுதியையும் பதிப்பாளரின் எழுத்துபூர்வமான முன்அனுமதி பெறாமல் எடுத்தாள்வதோ, மறுபிரசுரம் செய்வதோ, மொழியாக்கம் செய்வதோ, அச்சு மற்றும் மின்னணு ஊடகங்களில் மறுபதிப்பு செய்வதோ, காப்புரிமைச் சட்டப்படி தடை செய்யப்பட்டுள்ளது. இந்த நூலிலிருந்து குறிப்பிட்ட பகுதிகளை மேற்கோள் காட்டி புத்தக விமர்சனம் செய்ய, ஊடகங்களுக்கு மட்டும் அனுமதி உண்டு.

உங்கள் மொபைல் போனிலிருந்து ஸ்கேன் செய்து டிஸ்கவரி புக் பேலஸின் மொபைல் ஆப்பை டவுன்லோடு செய்து, புத்தகங்களை வாங்குங்கள்.

Scan and download

அப்பாவின் புத்தகம்

அப்பாவின் கண்களைப் பார்த்தால்
தீ போல தெரியும்!
அவர் எழுதிய வரிகளோ
பூ போல விரியும்!

அப்பாவின் கைகள்
இரும்பு போல இருக்கும்!
அவரின் கற்பனைகளோ
எரிமலைக் குழம்பு போல தெறிக்கும்!

அப்பாவின் கால்கள் புலிபோல்
பதுங்கிச் செல்லும்!
அவரின் கருத்துகளோ
எங்கிருந்தாலும் அது வெல்லும்!

அப்பாவின் மூளை அவரது கற்பனைச்
சாலையைக் கடக்கும்!
இது எனது வரப்போகும்
கவிதைப் புத்தகத்தின் தொடக்கம்!

அப்பாவின் புத்தத்தை வாங்கி
தமிழ் வளர்க்க வாருங்கள்!
எங்கள் குடும்பத்தில்
நீங்களும் ஒன்றாகச் சேருங்கள்!

நன்றி

கவிஞர் **ஆதவன் முத்துக்குமார்**.

டிசம்பர் - 2020

நா.முத்துக்குமார் (1975)

காஞ்சிபுரம் அருகில் உள்ள கன்னிகாபுரம்தான் நா.முத்துக்குமாரின் சொந்த ஊர். தறிக்கூடத்தின் ஒலியில் வளர்ந்த இவர், கிராம பள்ளிக்கூடத்தில் படித்துமுடித்து, காஞ்சிபுரம் பச்சையப்பனில் இளங்கலை இயற்பியல் பட்டமும், சென்னை பச்சையப்பன் கல்லூரியில் முதுகலை தமிழ் இலக்கியப் பட்டமும், சென்னை பல்கலைக்கழகத்தில் திரைப்பாடல் ஆய்வுக்காக முனைவர் பட்டமும் பெற்றவர்.

இவரது கவிதைகள், ஆங்கிலம், மலையாளம், இந்தி, பிரெஞ்சு, ஜெர்மன் ஆகிய மொழிகளில் மொழிபெயர்க்கப்பட்டு, பல்வேறு பல்கலைக்கழகங்களில் பாடத்திட்டமாகவும் வைக்கப்பட்டுள்ளன.

'பட்டாம்பூச்சி விற்பவன்' தொகுப்புக்காக 1997ம் ஆண்டின் 'ஸ்டேட் பாங்க் விருது' பெற்றுள்ளார். 1999ஆம் ஆண்டிலிருந்து திரைப்படங்களுக்குப் பாடல்கள் எழுதி வந்த நா.முத்துக்குமார், திரைஇசைப் பாடல்களுக்காக, சிறந்த பாடலாசிரியருக்கான இந்திய அரசின் தேசிய விருது, பிலிம்ஃபேர் விருது, தமிழக அரசின் கலைமாமணி விருது மற்றும் சிறந்த பாடலாசிரியர் விருது என பல விருதுகளையும் பெற்றுள்ளார்.

நா.முத்துக்குமாரின் அனைத்து நூல்களையும் அவரது நினைவுப் பதிப்பாக வெளியிடுவதில் டிஸ்கவரி புக் பேலஸ் பெருமைகொள்கிறது.

இந்த நூல்கள் வெளிவருவதற்குப் பெரிதும் துணையாக இருந்த திரைப்பட இயக்குனர்கள் ஏ.எல்.விஜய், அஜயன் பாலா, படைப்பாளர்கள் பவா செல்லதுரை, கே.வி.ஷைலஜா வழக்கறிஞர் சுமதி ஆகியோருக்கும் மற்றும் நூல்களை வெளியிட அனுமதி தந்த நா.முத்துக்குமாரின் மனைவி ஜீவா, மகன் ஆதவன் முத்துக்குமார் ஆகியோருக்கும் நெஞ்சார்ந்த நன்றிகள்.

நூல்களின் விற்பனை மூலம் பெறப்படும் தொகையில், ஒரு பகுதி நா.முத்துக்குமாரின் குடும்பத்தினருக்கு அளிக்கப்படுகிறது என்பதினால் வாசகர்களும் பெருமையடையலாம்.

- பதிப்பாளர்

பொருளடக்கம்

நியூட்டனின் மூன்றாம் விதி	17
வெண்டைக்காயில் ஒளிந்தவர்கள்	18
அனுமதி இலவசம்	20
நூறு வருடப் பொறுமை	22
மலையாளம் கலர் (பகல் காட்சி மட்டும்)	24
கெட்டாலும் மேன்மக்கள்	26
அஃறிணைச் சங்கத்திலிருந்து...	28
வெளிநடப்பு	30
ஐந்து கட்டளைகள்	31
களவு	33
குழந்தை மாமாக்கள்	35
உறுப்பு நலன் அறிதல்	37
செய்முறை	38
காந்தி ரோடு	40
அக்காவின் கடிதம்	42
இன்று செய்த சமூக சேவைகள்	45
உனக்கும் எனக்கும் புரியாத கவிதை	47
கிராமந்தோறும் விஞ்ஞானம்	48
காதல் 2000	50
இடஞ்சுட்டி பொருள் விளக்கம், பிறழ்வு	52
இப்படிக்கு உறவுகள்	53

இது பருவ மழை

சென்னையில் ஆண்டுதோறும் நடக்கும் புத்தகக் கண்காட்சிக்குப் போய், புத்தகங்கள் வாங்கிய பையோடு உட்கார்ந்து, அங்கு நடந்த ஒரு இலக்கியக் கூட்டத்தைப் பார்த்துக்கொண்டிருந்தேன். இளைஞர் கூட்டம் ஒன்று வந்து அருகில் உட்கார்ந்தது. கூட்டத்திலிருந்த ஒருவர் புத்தகத்தை என் கையில் கொடுத்தார். அவர் பென்சில்போல் சதையே இல்லாமல் இருந்தார்.

"இவர் நா.முத்துக்குமார்" என்று அறிமுகப்படுத்தினார்கள்.

"சரி" என்றேன்.

"சினிமாவுக்குப் பாட்டெழுத முயற்சித்துக்கொண்டு இருக்கிறேன்" என்றார் அவர்.

"சினிமாவுக்கு எதுக்கு பாட்டு?" என்றேன்.

"எனக்குப் பாட்டெழுத வருகிறது. அது சினிமா மூலம் வெளிவரக்கூடாதா?" என்றார்.

"தமிழ் சினிமா இன்னும் சினிமாவாகாமல் இருக்க பாட்டும் ஒரு காரணம்!"

"என் பாடலின் தன்மையும் அழகும் வேறாக இருக்கும்."

"உங்கள் வயசாட்கள் ரொம்பப் பேர், அந்தக் கனவுலகத்தின் ஒரு படிகூட ஏற முடியாமல் காணாமல் போய்விட்டார்கள். அது ஒரு பெரும் பூதம்!" என்றேன்.

அந்தப் பேச்சிலிருந்து அவர் திசையை மாற்றி, "இந்தக் கவிதைகளைப் படிச்சிட்டு நீங்க ஒரு கடிதம் எழுதணும்" என்றார். அவர் எழுதியிருந்த 'பட்டாம்பூச்சி விற்பவன்' புத்தகத்தைக் கொடுத்தார்.

ஊர் திரும்பி அலட்சியமாகத்தான் படிக்க ஆரம்பித்தேன். ஆனால் நடந்தது வேறு. படிக்கப் படிக்க மனம் விரியவும் பறக்கவும் ஆரம்பித்தது. எள்ளலும் துள்ளலும், முன் எந்தக் கவிதை நூலிலும் கண்டிராதபடி இருந்தன. குத்தல் என்றால், இடத்தில் குத்தி வலத்தில் வாங்கும் குத்தல்கள்!

''பெண்டாட்டி தாலியை
அடகுவைச்சு
புஸ்தகம் போட்டேன்
தாயோளி
விசிட்டிங் கார்டு மாதிரி
ஓசியில் தர வேண்டியிருக்கு!''

என்பதைப் படித்துவிட்டு வலி தாங்காமல் அவர் பெயருக்கு ஐம்பது ரூபாய் அனுப்பினேன். இத்தினூண்டாய்த் தெரிந்த அவரா இவ்வளவு அருமையானக் கவிதைகள் எழுதியிருக்கிறார் என்று தோன்றியது.

சில நாட்களுக்குப் பிறகு நா.முத்துக்குமார், என் வீட்டுக்கு வந்திருந்தார். ஒரு பேப்பர் பேக்கைக் கவிழ்த்தார். அவர் எழுதிய சினிமாப் பாட்டுகளின் கேஸட்டுகள். அநேகமாய் பாஞ்சாலி, தன் கூந்தலை அள்ளி முடிகிறமாதிரியான நேரம் அது. அவ்வளவு பெரிய சினிமா பூதத்தோடு இத்தனூண்டு உருவம் நேசம் கொண்டதும் சாதித்திருப்பதும் அதிசயம்தான். நான் சொன்னேன், ''சினிமாவுக்குப் பாட்டு வேண்டியதில்லை என்கிற என் கருத்து அப்படியேதான் இருக்கிறது!'' என்றேன்.

''நான் வந்தது வேறு காரியமாக..'' என்று சொல்லிவிட்டு, ''என்னுடைய அடுத்த கவிதைத் தொகுப்பு இது. நீங்கள் முன்னுரை எழுதவேண்டும்'' என்று கேட்டார்.

மனிதனுக்கு சிறகுகள் இல்லை என்ற குறையைத் தீர்க்கவே கவிதை. எல்லா மனிதரும் சகல மனிதரோடும் ரத்த சம்பந்தமான உறவை உண்டாக்கிக்கொள்ள முடியாததை ஈடு

செய்யவே கவிதை. ஓர் அளவு தாண்டி ஆண், பெண் உட்பட பிரபஞ்சப் பொருட்கள் எதுவும் அழகாயில்லை என்று எல்லாம் தாண்டிய அழகுக்காக உண்டானது கவிதை. மழைக்காலம் முழுதும் குளித்தும், வசந்தம் முழுதும் தளிர்த்தும், பூத்தும், காய்த்தும் ஒரு தாவரமாக வாழ முடியாத அபாக்கியத்தினின்றும் தப்பிக்க கவிதை. புல் முளைப்பதும், பூ பூப்பதும், புதுப்பொருள் காண்பதும் ஆச்சர்யங்களாய் விரிந்துகொண்டே தெரியும் குழந்தை யாகவே வாழ்ந்து முடிக்க கவிதை.

இவ்விதமாக மட்டுமே கவிதை குறித்த கனவில் இருக்கையில், இந்த நூலை வாசித்தேன். நாம் வாழும் கிராமங்களூடேயும், தெருக்களூடேயும், வீடுகளுக் குள்ளும் புகுந்து, யதார்த்தமான வாழ்க்கையை அழைத்து வந்து அதன் சாரத்தையும் விசாரத்தையும் கை நிறைய அள்ளிக் கொட்டிவிட்டுப் போகின்றது. புன்னகைக்கவும் துயரப்படவும் ஆழ்ந்துபோகவும் ஏராளமுள்ளன இந்தக் கவிதைகளில்.

மேலும் ஓராயிரம் ஆண்டுகள் சுற்றி முடியப் போகிற உலகின் கடைசி நூற்றாண்டில் கோடிக் கோடி அதிசயங்கள் நிகழ்ந்தன. அவற்றில் மூன்று நிகழ்வுகள் முக்கியமானவை. ஓட ஓட துரத்தப்பட்டுக்கொண்டிருந்த தொழிலாளிகள், பெண்கள், தலித்துகள். துரத்தியவர்களை முறைத்துக்கொண்டும் பலமாக எதிர்த்துக்கொண்டும் நிற்கிறார்கள். இந்த நூலின் தலைப்பான 'நியூட்டனின் மூன்றாம் விதி' சொல்கிறது, ஒவ்வொரு வினைக்கும் அதற்குச் சமமான எதிர்வினை உண்டு. அது நூறாண்டு கழித்தோ, ஆயிரம் ஆண்டு கழித்தோ நிகழ்கிறது. இந்தத் தலைப்பின் கீழ்வரும் கவிதை, மாடிவீட்டுக்காரனுக்கும் கீழ்வீட்டுக்காரனுக்குமிடையே உள்ள முரண்பாடுபோல மேலெழுந்த வாரியாகவும் உள்ளே வேறு வேறு அர்த்தங்களோடும் வார்க்கப்பட்டிருக்கிறது.

மகள், தாய்க்கு எழுதிய கடிதம் அளித்த சோகத்தை எழுத்துகள் தாங்கிக்கொண்டது எவ்விதமோ?

"இங்கு பேப்பர் போடுபவர்
அப்பாவைப் போலவே இருக்கிறார்"
என்ற வரிகளாகட்டும்,
"நம் வீட்டிலிருந்து எடுத்து வந்த
பழைய தலையணையை
பிரித்துப் பார்த்ததில்
நைந்த பஞ்சுகளூடே
தம்பியின் கிழிந்த சட்டையும்
கையில் கிடைத்தது!"

இப்படி உருகி ஒன்றுமில்லாமல் போன வாழ்க்கை விவரணைகள். பெண்கள் குறித்தும் குழந்தைகள் குறித்தும் இரக்கமும் அவலமுமாய் நா.முத்துக்குமார் இந்தத் தொகுப்பில் நிறைய எழுதியிருக்கிறார். அதிகமாகக் காயம்படும் அவர்கள் மீது யார் பச்சாதாபமிக்கவர்களோ அவர்களே சிறந்த மனிதர்கள்; நல்ல கலைஞர்கள்.

ஐந்து கட்டளைகள், களவு ஆகியவை மிகவும் அழகிய கவிதைகள். திரும்பத் திரும்பப் படிக்கவேண்டிய கவிதைகளாகவே அனைத்தும் உள்ளன.

சில கவிதைகள் விடலைத்தனமாகத் தெரிந்தாலும் அவையே மேன்மைமிக்க கவிதைகளாயிருப்பதை மறுவாசிப்புகளில் உணரமுடிகிறது. யதார்த்தம் தீ மாதிரி; சுடும். தொகுப்பைப் படித்து முடித்ததும் உடல் முழுவதும் சூடு விழுகிறது. கிராமம், நகரம், காடு, வயல் ஜனங்கள் மத்தியில் ஒரேநேரத்தில் நின்றுவிட்டு வந்ததுபோலும்; நிறைய வாங்கி வந்ததுபோலும் உள்ளது.

நமக்கு ஒரு மழை வடகிழக்கு பருவக்காற்றின்போது; இன்னொரு மழை தென்மேற்குப் பருவக்காற்றின்போது. நா.முத்துக்குமாரின் இந்தத் தொகுப்பு இரண்டாம் பருவ மழை. இனி அடைமழைக் காலமிருக்கிறது சீக்கிரத்தில்.

அன்புடன்,

கந்தர்வன்

இரண்டாம் தொப்புள் கொடி

திருக்குறளைக்கூட அதற்கான உரையைப் படித்து விட்டு குறளைப் படித்துப் புரிந்துகொள்கிற இலக்கிய கர்த்தா நான். அப்படித்தான் முத்துக்குமாரின் மூன்றாம் விதியைப் படித்துவிட்டு, நியூட்டனின் மூன்றாம் விதியின் முழு அர்த்தத்தையும் உணர்ந்து கொண்டேன்.

நியூட்டனை இயற்பியல் விஞ்ஞானி எனவும், அவரது விதிகளெல்லாம் ஏதோ இயற்பியல் சூத்திரங்கள் என்றும் நினைத்துக்கொண்டிருந்தேன். ஆனால், அவர்தான் தமிழ் சினிமாவின் டிரேட் மார்க் ஆக்ஷன் கதைகளுக்கான பழிக்குப்பழி பார்முலாவை வகுத்துக் கொடுத்தவர் என்பதை முத்துக்குமார் மூலம் அறிந்துகொண்டேன்.

கவிதைகளை போஸ்ட்மார்ட்டம் செய்பவர்களின் கவனத்தைக் கவர்வதற்காக கவிதை எழுதுகிற கவிஞர்களைவிட, கவிதைகளைக் காதலிப்பவர்கள் மனதைக் கவர்வதற்காகக் கவிதை எழுதுகிற கவிஞர்களே கவிஞர்கள், எனக்கு. அந்த வகையில் முத்துக்குமார் எனக்குப் பிடித்த கவிஞர்களில் ஒருவர்.

தன் காயங்களைக் காட்டி, கவிதை என்பவர்களைப் பார்த்தால் பாவமாக இருக்கிறது. காயங்கள் யாரிடம் இல்லை? வாசகர்கள் கவிஞர்களிடம் வேண்டுவது காயங்களை அல்ல, மருந்துகளை. அந்தவகையில் மருந்தாகவும், கட்டாகவும் முத்துக்குமார் வைக்கிற 'ஐந்து கட்டளைகள்', மேலும் மேலும் ஐநூறு கட்டளைகளாக, ஐயாயிரம் கட்டளைகளாக ஆகட்டும்.

என் அக்கா, எனக்கு எழுதாத கடிதத்தை முத்துக் குமாரின் 'அக்காவின் கடிதம்' எழுதிக் காட்டிற்று.

ஒவ்வொரு தம்பியிடமிருந்தும் அணு அணுவாய் அறுக்கப்படுகிற இரண்டாம் தொப்புள்கொடியாகவே அக்காக்கள் படைக்கப்படுகிறார்கள்.

ஊர் சுற்றிவிட்டு, இரவு தொடங்கி வெகுநேரம் கழித்து நான் வீடு திரும்புகிறபோதெல்லாம் அம்மாகூட உறங்கிப்போயிருப்பார்கள். ஆனால், அக்கா மட்டும் விழித்திருக்கும். கதவு திறந்து எனக்குச் சாப்பாடு போட்டு, அதுவும் சாப்பிடும். அக்காவைப் பசியோடு காக்க வைக்கிறோமோ என்கிற வருத்தமெல்லாம் படாத வயது அது. அக்காவின் கணவரின் வருகை தாமதமாகிற நேரங்களில், அவருக்காக அக்கா காத்திருக்கையில் என் நினைவுதான் அக்காவுக்கு வரும். அப்படி எங்கோ என் நினைவுகளோடு தன் கணவனுக்காகக் காத்திருக்கும் அக்காவை நினைத்து வருத்தப்படுகிறவனாக உட்கார வைத்துவிட்டது, முத்துக்குமாரின் 'அக்காவின் கடிதம்.'

சாலையில் எப்போதாவது தென்படும் ஒற்றை மாட்டின் வயிற்றின் இருபுறமும் 'களவு' கவிதை, பால் துளிகளாய் வடிக்கின்றன.

ஒரு கவிஞன் தன் கவிதைகளின் மூலமாக, தான் சார்ந்த ஓர் உலகை கட்டி முடிக்கவே விரும்புகிறான். ஆனால், எல்லாராலும் அவ்வுலகை காலத்தால் அழிக்க முடியாததாக கட்டிவிட முடிவதில்லை. பட்டாம்பூச்சி விற்பவன் மூலம் முத்துக்குமாரால் அத்தகைய காலத்தை வெல்லும் உலகுக்கான அஸ்திவாரத்தைப் போட முடிந்தது. இப்போது மூன்றாம் விதியின் மூலம் தூண்களையும் எழுப்பிவிட்டார். கூடிய சீக்கிரம் அது மாளிகையாகும். சுற்றிலும் நந்தவனங்கள் தோன்றும்!

அன்புடன்,
தபூ சங்கர்

கடந்து போகும் சாயங்காலம்

சொற்கள், ஒரு மயக்கத்தை முன்வைத்து ஒன்று கூடும்போது கவிதையாகிறது. மயக்கம் சிலரிடம் கவிதைக்குள் நிகழ்கிறது. சிலரிடம் வாசக அனுபவத்தில் நிகழ்த்தப்படுகிறது. மொழியால் கட்டமைக்கப்படும் கவிதைகள் தன் மயக்கத்தை அல்லது ஒரு மறதியை வேண்டுகின்றன. பிரிதொன்றில் இது வாசகனிடம் தீர்மானமாக உருவாக்கப்படுகிறது.

இங்கே மயக்கம் என்பது ஒரு பரவசம் அல்லது எண்ணத்தில் ஒரு அதிர்வு அல்லது மனத்தில் விழும் ஒரு ஒலித்துண்டு. இத்தகைய கவிதைகள் பெரும்பாலும் நம் ஞாபகத்தில் தொலைந்த ஒரு கூழாங்கல்லைத் தேடி எடுப்பதிலும், பிற்பாடு அது வாசக அனுபவத்தின் மூலம் ஒரு வைரமாக்க முயல்வதிலும் வெற்றியடைகின்றன.

முத்துக்குமாரினுள் அபரிமிதமான ஒரு தச்சன் இருக்கிறான். அவன் மொழியைக் காட்டிலும் அனுபவத்தையே ஓயாது இழைத்து வருகிறான். தேவை ஏற்படுகிறபோது தன் அனுபவக் காடுகளினூடே டார்ச் அடித்தபடி அலைந்து திரிந்த எல்லாருக்கும் பொதுவான அரிய காட்சி சில்லுகளைத் தேடி எடுக்கிறான்.

நாம் மறந்தாலும் நாம் கடந்து வந்த துயரங்களின் ஈரங்கள் ஒருபோதும் உலர்வதில்லை. முத்துக்குமார் அவற்றை தன் கவிதைக் கொடிகளில் உலர்த்துகிறார். உடன்பிறந்த சகோதரிகள் யாருமற்ற சூழலில் அவருடைய ஏக்கங்கள் தானாக சொற்களாக மாறி விடுகின்றன. தலையணைக்குள் பஞ்சுகளினூடே சுருட்டி வைக்கப்பட்டிருக்கும் தம்பியின் சட்டைகள் தோற்றுவிக்கும் அனுபவத்தைப்போல, முத்துக்குமாரின்

கவிதைகள் நம்மை ஒரு பழைய ஞாபகத்துக்குள் அழைத்துச் செல்கின்றன. நாம் அப்போது அம்மா, அப்பா, தம்பி, தங்கை என புறவாசல் திறந்து கிடக்கும் ஒரு பழைய வீட்டுக்குள் ஒரு சாயங்காலத்தைக் கடந்து கொண்டிருந்தோம்.

காலங்களில் மழை நம்மை மௌனமாக்கியது. போர்வைக்குள் கனவுலகம் விரிந்தது. வெயில் நம்மை விளையாட்டுக்கு வெளியே அழைத்தது. வந்து சாப்பிட்டு போகச் சொல்லி நம் பேரைச் சொல்லி அழைக்கும் அம்மாவின் குரல் இன்னும் ஓயவில்லை. முத்துக்குமாரின் கவிதைக்குள் அது கேட்கிறது. அக்காக்களின் விரல்கள் நம் தலையைத் தடவுகின்றன. நான் வளர்ந்த காஞ்சிபுரத்தை ஒட்டிய அதே களத்தை வேறு யாரிடமும் திரும்பப் பெறாத சூழலில் முத்துக்குமாரிடம் நான் வசீகரம் கொண்டது இதனால்தான்.

வீடு, வீடு இருக்கும் வீதி, வீதிகள் நிறைந்த ஊர், விளையாடும் சிறுவர்களின் குரல்கள், கோயில் கோபுரங்களில் இருந்து பறக்கும் புறாக்கள், மொட்டைத் தலையுடன் குளத்தில் குளிக்கும் டூரிஸ்ட் பெண்கள் என எனது அனுபவங்களையே முத்துக்குமாரின் கவிதைகளில் பார்க்கிறேன்.

பட்டாம்பூச்சி விற்பவனுக்குப் பிறகு மொழியின் வழித்தடத்தில் இத்தொகுப்பு நீண்டதூரம் முன் நகர்ந்து சென்றிருக்கிறது. ஒரு தனி அனுபவம், உலக அனுபவ மாகும் சாத்தியம் முத்துக்குமாருக்கு வசப்பட்டிருக்கிறது.

வாழ்த்துகளுடன்,

அஜயன் பாலா

ஒரு ஊர்ல ஒரு கவிஞன்

தன் முயற்சியில் சற்றும் மனம் தளராத விக்ரமாதித்யன் மீண்டும் வேதாளத்தை நெருங்கினான். முருங்கை மரத்தின் கம்பளிப் பூச்சிகளால் கடிபட்டுக் கொண்டிருந்த வேதாளம் பாதுகாப்பாக விக்கிரமாதித்யனின் தோளில் ஏறிக்கொண்டு... கதை சொல்லத் தொடங்கியது.

“ஒரு ஊர்ல ஒரு கவிஞன் இருந்தான்...” கதைச் சங்கிலியை அறுக்கும் விதமாக, தூரத்தில் தொலைக் காட்சி வெளிச்சம் தெரிய... வேதாளம், விக்ரமாதித்யனை விட்டுவிட்டு குழந்தைகளின் இதயத்தில் மின்சாரம் பாய்ச்சும் திகில் நேரத்தைப் பார்க்கப் பறந்துவிட்டது. அப்போது நான் அங்கு நுழைந்தேன். விக்ரமாதித்யனிடம் “வணக்கம்” என்றேன்.

“யார் நீ?” என்றான் விக்ரமாதித்யன்.

“வேதாளம் சொன்ன கவிஞன். என் கதையை நானே சொல்கிறேன்” என்றேன்.

ஒரு வழியாக ஒப்புக்கொண்ட விக்ரமாதித்யன் கதை கேட்க ஆயத்தமானான்.

எல்லாக் கவிஞர்களையும்போலவே என் கவி வாழ்க்கையிலும் நிறைய நிறைய ஆர்வக் கோளாறுகள் உண்டு. இப்போது யோசித்துப் பார்க்கையில், ஐந்தாம் வகுப்பில் இயற்கை என்ற தலைப்பிட்டு திலகவதி டீச்சரிடம் காட்டிய கவிதையில் தொடங்கி, தொடர்ந்து பதினைந்து வருடங்களாக கவிதை எழுதி வருகிறேன். என்னைவிட என் கையெழுத்துப் பத்திரிகைகளையும் சிறு பத்திரிகையையும் படித்து விட்டு, ‘நல்லா இருக்கு’ என்று கூசாமல் பொய் சொன்ன பாக்கியவான்கள்தான் நான் இன்னும் கவிஞனாகத் தொடரக் காரணம்.

எனக்கு நான் நேர்மையாக இருப்பதையே என் கவிதையாக நினைக்கிறேன். தனிமை என்னும் வெற்றிடத்தை நிரப்பவே நான் எழுதுகிறேன். தொல்காப்பியப் பொருள் அதிகார வாழ்க்கையையோ... சங்க இலக்கியங்களின் பனங்கிழங்கு பிளந்த கூர் நாரையையோ... நுனி சிதைந்த போர் வாளையோ... கலிங்கத்துப் பரணியில் கடைதிறப்பில் கதவுகளில் இருக்கும் கைரேகையையோ... கம்பராமாயணத்தின் உண்டாட்டுப் படலத்தின் ஏகாந்தத்தையோ... சிலம்பின் அரங்கேற்று காதையையோ... தேவார, திருவாசக, ஆண்டாள் பாசுர பிரபஞ்ச ஊதுவத்தி மணக்கும் வார்த்தைகளையோ... குற்றாலக்குறவஞ்சியில் வசந்த வல்லியின் வட்டாட்டத்தையோ... பள்ளுவில் சிதறும் நகைச்சுவையையோ... முத்தொள்ளயிரத்தின் வீதி உலாவையோ... சித்தர் பாடல்களின் கலகப் பிரதி களையோ... நீதி நூல்களின் தனிப்பாடல்களின் பதினெண் கீழ்கணக்கு வாழ்க்கைத் தெறிப்புகளிலோ... பாரதி தொடங்கி தொடரும் நவீன கவிஞர்களின் கவித் தெறிப்பிலோ... முக்குளித்திருக்காமலிருந்தால்... நான் நிச்சயம் ஒரு விமர்சகனாகி, ‘தமிழில் கவிதைகளே இல்லை’ என்றிருப்பேன்.

என் கவிதையின் வடிவையும் தொனியையும் என் கவிதைகளே தீர்மானித்துக்கொள்கின்றன. கூடுமானவரை வாழ்க்கையிலிருந்து வேறுபடாமல் இருப்பதே எனக்குப் பிடித்திருக்கிறது. ஆயினும் என் கவிதையில் இருக்கும் எல்லா நானும் நானல்ல. சில நான்களில் நான் இருக்கிறேன். சில நான்களில் நான் இல்லை. எந்த நானில் நானிருக்கிறேன் என்பதையும், எந்த நானில் நானில்லை என்பதையும் தீர்மானிக்கிற பொறுப்பை உங்களிடமே விட்டுவிடுகிறேன்.

அள்ளித்தர அன்புடன்,

நா.முத்துக்குமார்

நியூட்டனின் மூன்றாம் விதி

மேல் வீட்டுக்காரன்
என்கிற உரிமையில்
நீ கைப்பற்றும் சுதந்திரம்
அதிகப்படியானது.

உன் ஒவ்வொரு அசைவும்
பூதாகரமாய் ஒலிக்கிறது
கீழ்த்தளச் சுவர்களில்.

திட்டமிட்டு நகர்த்தும்
சாமர்த்தியமும் உனக்கில்லை.

பாக்கு இடிக்கும் பாட்டி;
சச்சதுர அம்மியில்
சர்ரக் புர்ரக்கென்று
குழவி நகர்த்தும் அம்மா;
ஏதேதோ பாட்டுக்கெல்லாம்
எம்பிக்குதிக்கும் குழந்தைகள்
என
உன் உறவுகள்கூட
உன்னைப் போலவே.

உன்னைப் பழிவாங்கும் விதமாக
என்னால் முடிந்தது ஒன்றுதான்.

எனதருமை மேல்தளத்து நண்பா...
தலையணையையும் மீறி
உன்காதுகளில்
சுழன்றுகொண்டிருக்கும்
என் மின்விசிறி!

வெண்டைக்காயில் ஒளிந்தவர்கள்

எல்லா வீடுகளையும் போலவே
கிணற்றடித் தண்ணீரை
குடித்து வளரும்
தோட்டம் ஒன்றிருந்தது
எங்கள் வீட்டிலும்.

வதங்கிச் சுருண்டு
இலைகளில் தொங்கும்
செம்பருத்திப் பூக்கள் தவிர்த்து
அம்மாவினுடையதும்
அக்காவினுடையதுமாக
விரல்களைக் கடன் வாங்கி
பச்சையாய் துளிர்க்கும்
வெண்டைக்காய்ச் செடிகள்
அத்தோட்டத்தின் தனித்தன்மை.

'மூளைக்கு நல்லது' என்று
மருத்துவ குணம் கூறி
அதன் காய்களில் ஒளிந்திருக்கும்
என் அல்ஜிப்ரா கணக்கிற்கான
விடைகளை நோக்கி
ஆற்றுப்படுத்துவாள் அம்மா.

மதிய உணவில்
பெரும்பான்மை வகிக்கும்
அதன் 'கொழ கொழ'த் தன்மை
வழக்கம்போல் பள்ளியில்
என் விரல்களில் பிசுபிசுத்து
வராத கணக்கைப்போல்
வழுக்கிக்கொண்டிருக்கும்.
முன்புக்கு முன்பு
அதன் காம்புகள் கிள்ளி

கம்மல் போட்டுக்கொள்ளும்
அக்கா இப்போது,
வைரங்களை நோக்கி
விரியுமொரு கனவில்
'உங்களுக்கு வாக்கப்பட்டு
என்னத்தைக் கண்டேன்' என்று
அத்தானிடம் பொருமுகிறாள்.

கடன் முற்றித் தத்தளித்த சூழலில்
கியான்சந்த் அண்ட் சன்ஸுக்கு
கைநடுங்கி கையெழுத்திட்டு
வீட்டுடன் தோட்டமும்
விற்றார் அப்பா.

முன்வாசலில் தொங்கும்
குரோட்டன்ஸ் செடி கடந்து
பிஞ்சு வெண்டைகள் பொறுக்கி;
கூர்முனை ஒடித்து;
தள்ளு வண்டிக்காரனிடம்
பேரம் பேசுகையில்
இப்போது உணர்கிறேன்...

ஒவ்வொரு வெண்டைக்காயிலும்
ஒளிந்திருக்கிறார்கள்
மென்மையான
விரல் கொண்ட
ஒரு அம்மா;

கனவுகள் விரியும்
ஒரு அக்கா;
கைகள் நடுங்கும்
ஒரு தந்தை;

மற்றும்
கணக்குகள் துரத்தும்
ஒரு பையன்.

அனுமதி இலவசம்

கலாசாரக் குரல்களின்
கண்டனங்கள் கடந்து
தாத்தாவின் மரணத்தை;
வெளிநாட்டில் வசிக்கும்
மருமகன் பார்ப்பதற்காய்
வீடியோவில் எடுத்தார்கள்.

செய்தியறிந்து
கிராமமே திரண்டுவிட்டது.
கொடுத்து வைக்காத பாட்டி
விஞ்ஞானத்திற்கு அடங்காமல்
முன்னமே இறந்துவிட்டாள்.

பக்கத்து வீட்டில் கடன் வாங்கிய
பெஞ்சில் படுத்திருக்கும் தாத்தாவும்;
பப்புள்கம் மென்றபடி
பதிவு செய்யும் கேமரா இளைஞனும்
நிகழ்வின் நாயகனானார்கள்.

உயிரற்றுக் குளிர்ந்த
தாத்தாவின் முகத்தில்
நடனமாடிக்கொண்டிருந்த
நான்கைந்து ஈக்கள்
வெளிச்ச வெள்ளத்தில்
சற்றே அதிர்ந்து
சாவகாசமாய் பறந்தன.

மாரடித்து அழும் பெண்கள்
முந்தானையை திருத்திக் கொண்டதும்;
வயலக்காவூர் பெரியம்மா
அழுவதை நிறுத்தி

கேமராவைப் பார்த்து புன்னகைத்ததும்;
தாத்தா வளர்த்த நாய்
கால்களை நக்கிக்கொண்டிருந்ததும்
நிகழ்வின்
மூன்று உறுத்தல்கள்.

இதனால் சகலமானவர்களுக்கும்
தெரிவிப்பது என்னவென்றால்...

நட்சத்திர நடிகர் நடத்தி வைத்த
அண்ணனின் திருமண கேசட்டும்;
கடைக்குட்டி கலாராணி
பள்ளி ஆண்டுவிழாவில்
நடனமாடிய கேசட்டும்;

தாத்தா சிவலோக பதவியடைந்த
புத்தம்புது கேசட்டும்;
உறவினர்கள் ஒன்று கூடும்
ஒரு ஞாயிறு மாலையில்
போட்டுப் பார்க்க உத்தேசித்துள்ளோம்.

நீங்களும் வரலாம்
அனுமதி இலவசம்.

நூறு வருடப் பொறுமை

மெய்யாகவே மெய்யாகவே
நான் உங்களுக்குச் சொல்லுகிறேன்
அவனுக்கு
உயரத்துக்கேற்ற
உடல் கிடையாது.

தன் உடலை
'ஸ்லிம்' என்றவன்
சொல்லிக் கொண்டாலும்
உறவினர்கள் 'ஒல்லி' என்றும்
நண்பர்கள் 'கொக்கு' என்றும்
புனை பெயரிட்டார்கள்.

சமயத்தில்
ஒட்டடைக்குச்சி என்றும்
அழைக்கப்படுவதால்
சிலந்திகள் அவனைக்கண்டு
பயப்படத் துவங்கின.

"காத்தடிச்சா
பறந்துடுவ போலிருக்கே!"
யாரோ ஆதங்கப்பட
காற்று அவன் எதிரியாயிற்று.

முன்னிரவில் ஊறவைத்த
முளைகட்டிய சுண்டலும்;
பார்கம்பிகளில் தாவும்
நர்த்தன வித்தைகளும்;

அவனுக்கு வசப்படாமலேயே போனது.
நண்பர்கள் நெறிப்படுத்திய
பீர்பாட்டில்களிலும் பலனில்லை.
பீர்பாட்டில்கள்
குண்டானவர்களை மட்டுமே
குண்டாக்க வல்லவை.

வேறு ஒருவர்
கல்யாணமானால் சிலருக்கு
சதை போடத் துவங்கும் என்று சொல்ல
அவன்
தனக்கான சதையை
கொண்டுவரப் போகும் பெண்ணை
கனவுகாணத் தொடங்கினான்.

உடல் ராசியோ
உணவு ராசியோ
கடைசியாக அவன்
தனக்குள் கேட்டுக்கொண்டான்.

என்ன செய்தாலும்
சதை போடாத உடம்பை
என்ன செய்யலாம்?

நூறு வருடம் பொறுத்துப் பார்த்து
சிதையில் வைக்கலாம்!

மலையாளம் கலர் (பகல் காட்சி மட்டும்)

நம் தயக்கம்
மணற்துகள்கள் அதிரும்
நடையில் தெரிகிறது.

நம் கூச்சம்
நுழைவுச் சீட்டுடன் நடுங்கிய
விரல்களில் தெரிகிறது.
அப்புறம் நாம்
உள்ளே நுழைகிறோம்.

இருள்... இருள்....
இரவைப் பிழிந்து
எடுத்து வந்த இருள்.

வெண்திரையில் மட்டும்
நிர்வாணம் நோக்கி
நகரும் ஒளி.

விசில் சத்தங்களுடன் கலந்த
நம் மூச்சுக் காற்றின் வெப்பம்
அரங்கின் கூரையில் மோதி
மீண்டும்
நம்மிடமே திரும்புகிறது.

டடாய்ங் டுடுக் டுடும்
விநோத ஒலிகளுக்குப்பின்
சட்டென்று காட்சி மாற
சம்பந்தம் இல்லா நீள
பிட்டொன்றின் பிம்பம் கண்டு
மௌனத்தில் நீந்துகின்றோம்.

பின்பும்,
கதவு திறந்து வெளியேறிய ஒருவன்
'வெளிச்சத்திற்குப் பொறந்தவனே' என
திட்டப்படுவதைக் கேட்கிறோம்.

இப்போது படம் முடிந்து
வெளியே வருகிறோம்.

அடுத்த காட்சி தமிழ்ப்படத்திற்காய்
அரங்க வாசலில்
பெண்கள் காத்திருக்கிறார்கள்.

அவர்களின் இடுப்பில் சிரிக்கும்
குழந்தைகளின்
கண்களில் தெரியும்
ஆடையில்லாத
நிர்வாண ஒளி
நம்மை ஏதோ செய்கிறது.

நம் தயக்கம்
மணற்துகள்கள் அதிரும்
நடையில் தெரிகிறது.

கெட்டாலும் மேன்மக்கள்

இம்முறையும் அம்மா
ஈசல்கள் அனுப்பியிருக்கிறாள்.

பொரி அரிசியுடன் கலந்து
அம்மா வறுக்கும்
ஈசல்களின் ருசி
மதுரை ஸ்ரீ முனியாண்டி விலாஸ் (ஒரிஜினல்)
சமையலறைக்கு புலப்படாதது.

வேட்டைகளில்
விருப்பமுள்ளவன் நான்.

காடாவிளக்கும்
கொஞ்சமே கொஞ்சூண்டு
குழந்தை குதூகலமும் போதும்
ஈசல் வேட்டையாட.

வறட்டி தட்டுவதற்கு
சாணம் கொட்டி வைத்த நிலத்தில்
ஈசல்குழிகள் ஏராளமிருக்கும்.

கூளத்திற்காய் குவித்த
வைக்கோல் துணுக்குகளில்
முளைவிட்டிருக்கும்
நெல்மணிகளை
மிதிக்காமல் நெருங்கி,
கண்ணாடி ரெக்கைகள்
உள்ளங்கையில் குறுகுறுக்க
கொத்தாகப் பிடிப்போம்.

அந்தியில் பறக்கும் ஈசல்களிடமிருந்து
அடைமழைக்கான
சாட்சியங்கள் தேடும்
வயதைத் தொலைத்து;
நதியில் நனைந்த பாதங்கள்
நகரத்திற்கு வந்து நாளாயிற்று.

இப்போதும்
வேட்டையாடிக் கொண்டுதானிருக்கிறேன்.
காகிதத்தில் எண்ணெய் தோய்த்து
விளக்கிற்கடியில் தொங்கவிட்டு
கொசுக்களை!

அஃறிணையாளர் சங்கத்திலிருந்து ஒரு வேண்டுகோள்

இந்த நாளை
இனிய நாளாக
துவங்க இருக்கும்
ஐயாவுக்கு வணக்கம்.

இனிவரும் உங்கள்
நிமிடங்களுக்கும் நொடிகளுக்கும்
கால் முளைத்து
நடனமிட வாழ்த்துகள்.
ஆம்லெட்டோ... ஆஃப்பாயிலோ...
கால் சுருங்கிய கடல் நண்டோ...
சுட்டுவிரல் நீட்டுங்கள்
உங்கள் நா ருசிக்கு
அடிமையாகக் காத்திருக்கின்றன.

சோகமோ? சந்தோஷமோ?
மாசிலா உண்மை காதலோ?
சூழலுக்கேற்ப
உங்கள் பேச்சை
தீர்மானித்துக்கொள்ளுங்கள்.
இதயக்கூட்டிலிருந்து
இறங்கி வந்த வார்த்தைகளாதலால்
உங்கள் உளறல்களையும்
மன்னிக்கத் தயார்.

கடைசியாக
அஃறிணையாளர்கள் சங்கத்திலிருந்து
ஒரு வேண்டுகோள்.

ஆல்கஹால் நதிக்குள்
சோடா அணுக்கள் சங்கமித்து
நுரைப்பூக்கள் மலரும் வரை
தயவுசெய்து பொறுமையாயிருங்கள்.
குச்சியை விட்டுக் கலக்காதீர்கள்.

ஏனெனில்
ஈக்குவல் மிக்சுக்கு என்று
உருவப்படும் குச்சிகளால்
ஒல்லியாகிக்கொண்டிருக்கின்றன
ஒயின்ஷாப் துடைப்பங்கள்!

30

நியூட்டனின் மூன்றாம் விதி

வெளிநடப்பு

கடவுளுக்கு
வயிற்று வலி வந்து
கிளினிக் க்யூவில் காத்திருக்க
காலம் காலமாய்
குடித்துச் சலித்த
ஈஸ்ட்மென் கலர் மருந்தையே
கடவுளுக்கும் கொடுப்பார்
டாக்டர் அனந்த கிருஷ்ணன்.

இது காவி நிறமா?
கம்யூனிஸ்ட் நிறமா?
மனதிற்குள் குழம்பி
மருந்தை வாங்காமலேயே
திரும்புவார் கடவுள்!

ஐந்து கட்டளைகள்

ஒன்று

ஆறேழு வண்டுகளுடன்
அந்தியில் இறக்கிய
தென்னங்கள்ளை
நுரைக்க நுரைக்கக் குடித்துவிட்டு
வயற்காட்டுப் புழுதியில்
விழுந்து கிடக்கும்
அப்பன்களை எழுப்பும்
நகராட்சிப் பள்ளியில்
நான்காம் வகுப்புப் படிக்கும் பிள்ளைகளுக்கு
சத்துணவுச் சாப்பாட்டின் மூலம்
தோள் வலிமை பெருகுவதாக.

இரண்டு

நாயக்கர் தோட்டத்தில்
ஆடுகளைப் பத்தும்
ஆறுமுகத்துக்கு...
தொறட்டியில் தழைகளைப் பறிக்கையில்
ஏடாகூடமாகச் சிக்கிவிட்ட
கோவையிலைக் கொடிகள்;
பால்யத்தில்
வாய்ப்பாடு எழுதிய சிலேட்டையும்,
அழுந்தத் துடைத்த
கோவையிலையின் பச்சைக்கறையையும்
ஞாபகப்படுத்தாமல் இருப்பதாக.

மூன்று

மின்சாரம் கடத்தும்
இரும்புக் கூடுகள்
பட்டங்களைக் கடத்தாமல்
பறக்க விடுவதாக.

நான்கு

போட்டியில்லாத பின்னிரவில்
பனங்காட்டுப் புதர்களில்
பனம்பழம் பொறுக்கவரும்
சிறுவர்களுக்கு முன்பாகவே
புணர்ந்து முடிந்து
பாம்புகள்
பிரியக் கடவதாக.

ஐந்து

சதா சண்டையிடும்
கணவன்களிடம் கோபித்து
பேருந்து நிற்காத அகாலத்தில்
கூட்டு ரோட்டில்
லாரிகளிடம் கெஞ்சி
மூட்டைகளுக்கிடையே அமர்ந்து
சத்தமில்லாமல் அழுதபடி
பிறந்த வீட்டுக்குப் பயணிக்கும்
அம்மாக்களின் குழந்தைகளுக்கு
எதிர்காலம்
பயமுறுத்தாமல் இருப்பதாக.

களவு

வெட்சிப்பூ அணிந்து
போர் அறிவிப்பு செய்யப்படாமல்
நேற்றுக்கும் நேற்று
எங்கள் பசு ஒன்று
களவு போனது.

களவுதானென்று
தீர்மானமாக சொல்ல இயலாது.
எதிரிகள் என்று
எங்களுக்கு யாருமில்லை.
பக்கத்து வீட்டுக்காரனுக்கு
டம்ளர் சர்க்கரை
கடன் கொடுக்காததெல்லாம்
போரைத் தூண்டுமா என்ன?

தாள லயமிழந்த கொல்லைப்புறமும்
மண்ணில் ஊற்றப்படுகிற சோற்றுச் சாறும்
அடிக்கடி உணர்த்திற்று
அதன் வெறுமையை.

மழை வெயில் வாசம் கலந்து
லாரியில்
நகரம் வந்தடையும்
வைக்கோல்கள் சலித்து
போஸ்டர்கள் தேடிப் புறப்பட்டிருக்குமோ?

வாகனம் வேண்டி
எமன்தான் வந்து
எடுத்துச் சென்றானோ?
ஆரம்பமானது
மாடு தேடும் படலம்.

மனிதர்கள் முகங்கள் மங்கி
கனவுகளில்கூட
மாடுகளே ஆக்ரமித்தன.
நகரத்து சாக்கடைகள் பற்றி
நகராட்சி பணியாளர்களுக்கடுத்து
தேடுதல் காரணமாய்
அதிகம் அறிந்தவர்களானோம்!

தண்டவாளத்தில்
அடிபடும் மாடுகள்
உயர்ந்த ஜாதிகளாயிருக்கின்றன.

கொம்பில் வர்ணம் பூசி
பராமரிக்கப்பட்டிருந்தது
பொறாமையாயிருந்தது.

பிளாட்பாரக் கடைகளில்
பாலிதீன் உடையணிந்த
பிளாஸ்டிக் தட்டுகளில்
பீப் பிரியாணி உண்டவர்களுக்கு
வயிற்றுப்போக்கு ஏற்பட்டிருப்பின்
எங்கள் சாபம்கூட காரணமாயிருக்கலாம்.

மாட்டுக்கும் எங்களுக்குமான
உளவியல் தொடர்புகளை
காணாமல் போனதிலிருந்து
கணத்துக்கு கணம் உணர்கிறோம்.

தொண்டு மனமுள்ள
பாதசாரிகளுக்கு
பிரத்யேக வேண்டுகோள்.
நகரத்துச் சாலைகளில்
எங்கேனும்
மிரண்ட மாடுகள் தென்பட்டால்
சாலையை கடக்க உதவுங்கள்
அது எங்களுடையதாகவுமிருக்கலாம்.

குழந்தை மாமாக்கள்

நான்கு வரி நோட்டுக்கிழிசலில்
மழைக்கால கப்பல் செய்யவும்;

கன்னங்கள் உப்பிவிட
பலூனுக்குள் காற்றடிக்கவும்;
சாட்டைத் தவ்வலில் மேலேற்றி
உள்ளங்கையில் குறுகுறுக்கும்
பம்பரங்களை கைமாற்றவும்;
குழந்தைகளுக்கு உதவுவது
மாமாக்களின் கரிசனம்.

மாறாக
பேப்பரைப் பாம்பாக்கி
டைப்ரைட்டிங் செல்லும்
தனலட்சுமிக்கோ;
தலையணை உறைகளில்
ரோஜாப்பூ வரையும்
ஃபிலோமினாவுக்கோ;
கடிதம் சுமக்கும்
குழந்தைகள்.

ஆயினும்
கடிதம் வாங்கும்
அக்காக்களை விட
கைநிறைய சாக்லேட் வாங்கும்
குழந்தைகளுக்கே
மாமாக்களை
அதிகம் பிடிக்கிறது.

மாமாக்கள் நிறைந்த வீடுகளில்
"எந்த மாமாவை
உனக்கு ரொம்பப் பிடிக்கும்?

சின்ன மாமாவையா?
பெரிய மாமாவையா?"
என்ற கேள்விக்கு
ரொம்ப நேரம் யோசிக்கும் குழந்தைகள்
ரொம்பவும் சாமர்த்தியமாக
ரெண்டு மாமாவையுமே என
சமாளித்து விடுகின்றன.

மாமாக்களின்
சம்பவ வரைபடத்தில்
'X' அச்சில் மாமாக்களும்
'y' அச்சில் அக்காக்களும்
'Z' அச்சில் குழந்தைகளுமாய்
கோடுகளின் சங்கமம்.

குழந்தைகள் அறியாத
மாமாக்களின் மனக்குகையிலிருந்து
ஒரே ஓர் ஆதங்கம்.
தன் பழைய காதலியின் குழந்தை
தன்னை 'மாமா' என்றழைப்பதை மட்டும்
எந்த மாமாவும் விரும்புவதில்லை.

உறுப்பு நலன் அறிதல்

கைகள் கூப்பும்
தாமரைப் பூக்களின்
காலை வணக்கத்துக்கு
மறுவணக்கம் சொல்லி
சிறகுகளை உலர்த்தும் நீர்க்கோழிகள்;
வெயில் முற்றத் தொடங்கும் பகலுக்குள்
காலைக்கடன் கழிக்க வந்த
வெவ்வேறு உறுப்புகள் கண்டு அதிர்ந்து...
தாமரை இலைகளுக்கடியில்
கவனமாய் பதுங்கி
மெல்லத் தலை உயர்த்தும்.

நீர்க்கோழிகள் தப்பித்த ரகசியம்
குளத்துக்கு பிடிபடாமல்
அன்றைய கழிவைச் சுமந்து
மேலும் அழுக்காகும்.

செய்முறை

சாக்லேட் உறைகளில்
பொம்மைகள் செய்வது
மிகவும் எளிது.

சிற்சில மடிப்புகளுக்குப்பின்
மேற்பாகம் திருகி
கீழ்ப்பகுதியை விரித்தால்
பாவாடை விரிக்கும் சிறுமியோ
பரதமாடும் பெண்ணோ
புன்னகையுடன் புலனாவார்கள்.

நீள அகலங்களைப் பொறுத்து
குட்டி இளவரசி அல்லது
குண்டு கோகிலா என
பெயரிட்டுக் கொள்ளலாம்.

பெரும்பாலும்
பெண் பொம்மைகளாகவே
செய்ய முடிகிற
இத்தொழில் நுட்பத்தில்
இரண்டு நன்மைகள்.

ஒன்று
நாடகங்கள் தராத
பெண்ணுரிமையை
நாம் தருவதாக பறைசாற்றி
தொலைக்காட்சிப் பெட்டிகளின்
தலைமேல் வைக்கலாம்.

இரண்டு
முந்தானையில் மூக்குறுஞ்சும்
அம்மாக்களைப் போலவோ;
கண்கள் சிவந்து பிறந்த வீடேகும்
அக்காக்களைப் போலவோ;

'நான் ஏன் பெண்ணாகப் பொறந்தேன்' என
பொம்மைகள் எப்போதும்
கண்ணீர் விடுவதில்லை.

காந்தி ரோடு

ஊருக்குள் ஒன்று
கட்டாயம் உண்டு.

அகிம்சையை விரும்பும்
அண்ணல் காந்தியின் ரோடுகள்
பெரும்பாலும்
சந்தடிமிக்க
பஜார் வீதிகளாகவே
அமைந்து விடுகின்றன.

காந்தி ரோட்டு
ஊர்வலங்களின் குரல்கள்;
‘இந்துக்கள் வாழ்க’ வில் தொடங்கி
‘இன்குலாப் ஜிந்தாபாத்’ வரை
பல்வேறு அலைவரிசையில்
காற்றில் கலக்கின்றன.

காந்தி ரோட்டின் கால்கள்;
அதே பழைய
குண்டும் குழியுமான சாலையில்
புழுதி கிளப்பி நடக்கின்றன.

காந்தி ரோட்டின் கைகள்;
ஜவுளிக் கடைகள் கொடுக்கும்
மஞ்சள் பைகள் சுமந்து
காய்கறிகள் வாங்குகின்றன.
முடி வளர்ந்த முரட்டுக் கைகள்
சைக்கிள் செயின் உருவுகின்றன.

சிற்றின்பச் சிற்பங்கள் வரைந்த
தேர்ச்சக்கர நிழல்களில் அடைக்கலமாகும்
காந்தி ரோட்டு
விபச்சாரிகளின் வாய்கள்;
முன்நாள் புணர்ந்தவனின்
வெறிபிடித்த உறுப்பை
கனவில் கடித்து
காற்றில் துப்புகின்றன.

காந்தி ரோட்டின் முதுகுகள்;
மனைவியின் கண்ணீரும்
தலைகுளித்த எண்ணெயும் கலந்த
மூக்குத்தியுடன், பிள்ளையார் சுழி போட்டு
லாபம் என்றெழுதிய
அடகுக்கடை சுவர்களில் சாய்கின்றன.

காந்திரோட்டின் காதுகள்;
இன்னுமொரு தேர்தல் வாக்குறுதிக்காக
ஒரு முழம் பூவுடன்
உற்சாகமாக
காத்திருக்கின்றன.

அக்காவின் கடிதம்

இப்பவும்
என் மனது
நம் வீட்டைச் சுற்றியே
வளைய வருகிறது.

அம்மா
நீ கொடுத்தனுப்பிய
காய்ந்த வேப்பம் பூக்கள்
ரசத்தில் மிதக்கும் போதெல்லாம்
உன் முகம் வந்து வந்து போகிறது.

இங்கு பேப்பர் போடுபவர்
அப்பாவைப் போலவே இருக்கிறார்.

முருங்கைப் பூக்கள் சிதறிக்கிடக்கும்
முன்வாசலில் கோலமிடும் அதிகாலைகளில்
புன்னகையுடன் சைக்கிளில்
அவர் கடந்து செல்வது
சற்று ஆறுதலாயிருக்கிறது.

இன்று
பகல் உணவு முடிந்து
பாத்திரம் ஒழித்த பின்
ஓய்வாக
தலையணைக்கு
உறை தைத்துப் போட்டேன்.

நம் வீட்டிலிருந்து எடுத்து வந்த
பழைய தலையணையை

பிரித்துப் பார்த்ததில்
நைய்ந்த பஞ்சுகளினூடே
தம்பியின் கிழிந்த சட்டையும்
கையில் கிடைத்தது.
பள்ளி நாடகத்துக்காக
விசிலுடன் கூடிய
நேரு மாமா குர்தாவுக்காக
அழுது புரண்டு
அன்றவன் வாங்கியது
இப்போது கண்முன் விரிகிறது.

அம்மா அறிவது.
வீட்டுக்குத் தெரியாமல்
பால் காசில் மிச்சம் பிடித்து
மூணாம் வீட்டு பாபு அம்மாவிடம்
சீட்டு கட்டுகிறேன்.

போன மாதம் தள்ளு
பாதிக்குப் பாதி போனது.

குறைந்தால்
இரு மாதங்களில் எடுத்து
தங்கச்சிக்கு
கம்மல் செய்து அனுப்புகிறேன்.
சிலவேளைகளில் இங்கு
இரவுகளில்
உஷ்ணம் தாங்காமல்
ஓட்டுக்கூரையிலிருந்து
தேள்கள் விழுகின்றன.

நான் சுத்தமாக இல்லாததுதான்
இதற்குக் காரணமென்று மாமியார்
முணுமுணுக்கிறாள்.

ஆரம்பத்தில்
ஒழுங்காயிருந்த இவர்
இப்போதெல்லாம் குடித்துவிட்டு
அகாலத்தில் வீடு திரும்புகிறார்

மற்றபடி
நான் நலமாக இருக்கிறேன்.

இன்று செய்த சமூக சேவைகள்

சீரணி அரங்கில் நடைபெற்ற
ஆன்மிக பேரெழுச்சிக் கூட்டத்திலிருந்து
திசைதப்பி
கடற்கரையை
வேடிக்கைப் பார்க்க வந்த
ஒரு குட்டிக் குழந்தையை
மீண்டும் அதன்
தலைமை மேய்ப்பனிடமே
சேர்த்துவிட்டு வந்தேன்.

கண்கள் மங்கி கை நடுங்கும்
ஒரு பாட்டியின்
தையல் ஊசிக்கு
நூல் கோர்த்துக் கொடுத்தேன்.

படிக்கத் தெரியாத
எங்கள் வீட்டு எலக்ட்ரிசியனுக்கு
போஸ்ட் கார்டில்
இணுக்கி இணுக்கி அவனுடைய
புதுமனைவி எழுதிய கடிதத்தை
சங்கடத்துடன் படித்துக் காட்டினேன்.

ரங்கநாதன் தெருவில்
பிளாட்பாரக் கடையில்
ஏகப்பட்ட கூச்சத்துடன்
ஜாக்கெட் துணி தேர்ந்தெடுக்கும்
முகப்பருக்கள் கொண்ட மகளையும்
சங்கோஜத்துடன்
ஒதுங்கி நிற்கும் தந்தையையும்
இடிக்காமல் தள்ளிச் சென்று
நான் இடிபட்டேன்.

பேருந்தைப் பிடிக்கும் அவசரத்தில்
கூட்டம் கலையக் கலைய
நன்றியுரை சொன்னவரை
தனியாக சந்தித்து
நன்றி சொன்னேன்.

'சூரியனும் தீக்குச்சியும்'
என்று தலைப்பிட்ட
என் புதிய கவிதையை
எழுதாமல் விட்டுவிட்டேன்.

உனக்கும் எனக்கும் புரியாத கவிதை

ஒளிக்கூர் தைய்த்த
கிழிந்த இரவுகளின்
ரகசிய லிபிகளில்
இருட்குகை நயனங்கள்.
வெளிச்சத்துள்
வெளிச்சத்தினூடே
வெளி வெளிச்சத்தினூடே
இறங்கி எடுத்த
உள்வெளி திரண்ட
உள்ளீடற்ற
பிம்பச் சிதறல்கள்.

முதுகு வலித்த விஷ்ணு
புரண்டு படுக்க
மென்காற்றை மென்று
மூச்சடக்கும் மோனம்
பிரம்மம் பர பிரம்மம்
பின்பும் புரண்டு
ஆளுயற மஞ்சத்திலிருந்து
அநாயசமாய் விழுந்த விஷ்ணு
தூக்கம் சலித்து
சிறுநீர் கழிக்க
எழுந்து போனார்.

சட் சட் சட்டென
நீர்த்துகள் ஒலிகள்
காதை விரித்துக் கேட்டுப் பாரும்!
பிரம்மம் சுகப்பிரம்மம்!

நா. முத்துக்குமார்

கிராமந்தோறும் விஞ்ஞானம்

அட்டைக்கத்திகள் பளபளக்க
ஆழிசூழ் உலகை ஆண்டு;
பம்ப்செட் மறைவில்
கள்ளச் சாராயம் குடித்துவிட்டு;
ஊர் போய்ச் சேரும்
ஒருநாள் ராஜாக்கள்
இப்போது வருவதில்லை.

கட்டியக்காரனுக்கு
பொட்டலம் கட்டி
மாலை போடுவதற்காக
தவளைகள் தேடும் பிள்ளைகள்
தறிக்குழியில் கிடக்கிறார்கள்.

பெண் வேடமிடும் நடிகர்களின்
கொட்டாங்குச்சி மார்பில்
ஊர்பெயர் பராக்கிரமம் சொல்லி
பணத்தாள்கள் குத்தும்
பெரிய வீட்டு பிள்ளைகள்;
டூரிஸ்ட் பஸ்ஸில் வந்திறங்கி
பெருமாள் கோயில் படித்துறையில்
மொட்டைத் தலையுடன்
லஜ்ஜையின்றி குளிக்கும்
தெலுங்குக்காரிகளின்
குறுமுலை பார்க்கப்
பழகிக்கொண்டுவிட்டார்கள்.

தெருக்கூத்து முடிந்த மைதானமும்
வர்ணங்கள் சிதறிக்கிடக்கும்
ஒப்பனை அறை ஆச்சர்யங்களும்
குழந்தைகள் கைக்கெட்டாத
காலத்தில் உறைந்துவிட்டன.

மூங்கில் பத்தைகளின்
சீரியல் லைட்டுகளில்
எங்கள் ஊர் அம்மன்
உருவமாற்றம் அடைந்துவிட்ட
இந்த வருடத் திருவிழாவிற்கு
வீடியோவில்
'படையப்பா' படமாம்!

காதல் 2000

தோழி...
காய்ந்து வெடித்த
முருங்கைக் காய்கள் தொங்கும்
வீதிகள் தோறும்;
புகைப்படலம் தோற்றுவித்து
கொசுமருந்தடிக்கும்
நகராட்சி வண்டிகள் நிறைந்த...

ஆஸ்துமாவைப்போல்
மூச்சுவிடுகிற
குழாயடிகளில்
குடங்கள் தவமிருக்கிற...

கார்காலங்களில்
அடைபட்ட சாக்கடைகளிலிருந்து
கரும்புலப் பெயல் நீர் ஓடுகிற...

காலடிகளால் பயம் கொண்டு
கடற்பூச்சிகள்
வலைகளுக்குள் பதுங்கும் பகலில்
பஜ்ஜி சுண்டல் பலூன்காரர்கள்
விற்பனைக்கு ஆயத்தமாகாத வெயிலில்:
கடற்கரையின்
வெண்மணல் திட்டில் அமர்ந்து
வெப்பங்கடத்தும்
காதலர்கள் வாழ்கிற...
நகரத்தைச் சேர்ந்தவன் அவன்.

இடிந்து விழத் தயாராக உள்ள
ஹவுசிங் போர்டு குவார்டஸின்
சுவர்க்கோழிகளைப் போலவே
என் இதயமும்
அவன் பெயரையே உச்சரிப்பதை
அறியாமலா இருப்பான்?

என் கை கடிகாரத்தின்
தோளினால் செய்த பட்டை
ஐந்தாம் துளையிலிருந்து
மூன்றாம் துளைக்கு
முன்னேறியும்
அடிக்கடி வாட்ச் கழல்வதை
அவனிடம் யார் சொல்வது?

தியேட்டரின் கடைசி சீட்டில்
எங்களை சேர்ந்து பார்த்துவிட்ட
தையல்காரனின் மனைவி
அலர் தூற்றிவிட
எங்கள் வீட்டில் எனக்கு
மாப்பிள்ளை பார்க்கத் தொடங்கிவிட்டது
அவனுக்குத் தெரியாதா என்ன?

கைப்பையை இடிதாங்கியாக்கி
நகராட்சிப் பேருந்துகளில்
இடிபட்டுக்கொண்டிருக்கும்
என்னைச் சிறைமீட்க
சீக்கிரம் வரச் சொல்வாயாக!

இடஞ்சுட்டி பொருள் விளக்கம்

பின்தொடரும்
சிறுவர்களுக்கு அஞ்சி;
பிருஷ்டம் முழுக்க
முட்களுடன்
புறப்பட்டுக்கொண்டிருக்கின்றன
கரும்புத் தோட்டத்து லாரிகள்.

பிறழ்வு

கூட்டுக் குடும்பத்தில்
சித்தப்பாக்களுடன்
வளர்ந்த
மூத்தபிள்ளை
அம்மாவை
அண்ணி
என்றழைக்கும்.

இப்படிக்கு உறவுகள்

அங்கங்கே பிள்ளைகள்
வெட்டிக்கொண்டு வரச் சொன்னால்
வேரோடு பிடுங்குகிறார்கள்.
எனக்கந்த சாமர்த்தியம் பத்தாது.

காய்கறிக்காரன்கூட
அழுகின தக்காளியும்
சொத்தை கத்தரியும்
என் தலையிலேயே கட்டுகிறான்.

கல்யாணம் காட்சியென்றால்
உடுத்திக்கொண்டு போக
என்னிடம் நல்ல உடைகளே இல்லை
அதே பழைய
கட்டம் போட்ட சட்டைதான்.

அறிவாளிகளின் சபையில்
'சால்ட் உப்பு'
'நடு சென்டர்'
போன்ற என் சொற்கள்
திரும்பத் திரும்பக்
கேலி செய்யப்படுகின்றன.

மூவாயிரம் நாட்களுக்கு முந்தைய
பின் அந்தி விளையாட்டொன்றில்
ஏழுகுடம் தண்ணி ஊத்தி
ஏழாவது பூ பூத்து
கோகிலாக்கா வயசுக்கு வந்த போது

"புட்டு, வடை, பாயாசம்னு
எவ்வளவு பலகாரம்!
ஏன்க்கா...
நீ தினமும் வயசுக்கு வந்தா
எவ்வளவு நல்லாயிருக்கும்?"
எனக்கேட்டு
பெண்களின் கன்னங்களை
விவஸ்தையில்லாமல்
வெட்கப்பட வைத்தவன் நான்.

'கோழி முட்டைக்கு
வெள்ளை பெயின்ட் அடிக்கிறேன்' என்று
யாரேனும் சொன்னால்
கேள்விகளற்று தலையாட்டுவேன்.

அடைகாத்து வைத்திருக்கும்
புத்தக மூட்டைகளை
பேப்பர்காரனிடம் போட்டால்தான்
நான் உருப்படுவேன்!

தமிழ், முதல், கரு உரிப்பொருள்களின் அகலிப்பும், நவீனத் தமிழ்க் கவிதையை விளங்க விழைகையும் நியூட்டனின் மூன்றாம் விதியைத் தூண்டு குறிப்பு எனக் கொண்டு

பல்விழுந்த பள்ளத்தின் ஆழ நுண்தசையில் நாக்கால் துழாவித் தொடுகையில் கிட்டும் முன்னறியப்படா 'சுயமாமிச' ருசியாய் 'நவீனத் தமிழ்க் கவிதையின்' வாசக அனுபவம் நம்மேல் நிகழ்கிறது.

இதை ஏன் ஓர் உடலியல்சார் அனுபவத்தோடு ஒப்பிட்டு உணர்த்த விழைகிறோம் எனில் எல்லாத் தூய விஞ்ஞானமும் சார்பு விஞ்ஞானமும், தூயகலை, சார்பியல் கலைகளும், கணிசமான அளவுக்கு உடல், உடலியக்க இயங்கு விதிகளின் முன்மாதிரியைக் கொண்டே வடிவமைக்கப்பட்டுள்ளன.

இவ்விதம் நியூட்டனின் மூன்றாம் விதி (இனி நி.மூ.வி) தொகுப்புக் கவிதைகள் நம்மின் நுண்மையான உடலியக்க அனுபவங்களைத் திரட்டி துல்லியமாய்க் கிளர்த்துவதாக அமைகின்றன.

இந்த உடலியக்க முறைமைகளோடு புறநிலையில் இருக்கும் பொருள்களும், தன்னியல்புகளும் ஆகிய, முதல், கருப் பொருள்களை இணைத்துப் பார்த்து உரிப் பொருளுக்குத் தூண்டுவினைகளாகவும், பின்புல

இயல்நிலையாகவும் (படைப்புக்குள் படைப்பாளியால் திட்டமிட்டு, உருவாக்கப்படும் இரண்டாம் யதார்த்தம்) உருவாக்கிக்கொண்ட கட்டம்தான் தமிழில் 'செவ்வியல்' எனும் கவிதைக்குள் கணிதம் தன் ஆளுகையை நிறுவிய கட்டம்.

இந்தக் கவிதையின் ஆன்மாவாக விளங்கி இயல்கிற மாற்றுக் கணித உயிர்ப்புதான் சங்கப் பனுவல்களின் (பல் + நுவல் = Text) சூட்சுமப் புள்ளி. இந்தச் சங்கப் பனுவல்கள் ஒரே நேரத்தில் மாற்றுக் கணித உறுதியாக்கத்தையும் தர்க்கக் குலைவையும் நிகழ்த்தியிருக்கின்றன.

இந்த உறுதியாக்கமும், குலைவும்தான் சங்கப்பனுவல் எனும் ஆழ்கடலின் அடி உறையும் நுண்மணல் பரப்பாகவும் இறுகிய பாறையாகவும் விளங்குகின்றன. இந்தச் சங்கப் பனுவல்களின் கணித உறுதி X குலைவு எனும் இரட்டைகளின் விகிதாச்சார மாற்றத்தையே நாம் தமிழில் சிறந்த கவிதைகளின் இலக்கிய வரலாறு எனக் கொள்கிறோம்.

மாற்றுக் கணிதத்தின் குலைவு X உறுதி என்கிற இந்த இரட்டைகளை இந்த நி.மூ.வி. கவிதைகளில் சற்றொப்ப சங்கப் பனுவல்களின் விகிதாச்சாரத்துக்கு நெருக்கமானதாகப் பார்க்க முடிகிறது.

அதேசமயத்தில் கால உருள்கையின் காரணமாக நிலத்தில் மாற்றியல்பு பெருக்கத்தின் அதிகரிப்பை அதி சிரத்தையாய் உள்வாங்கியிருக்கின்றன, இக்கவிதைகள். நிலமாற்றியல்பு பெருக்கத்தின் உடனிகழ்வான கருப்பொருள்கள் (ஆரணங்கு, உயர்ந்தோர், விலங்கு, பறவை, பறை, யாழ்...) பல்குதலையும் கூர்ந்து கவனித்து கவிதைக்குள் விரிக்கப்பட்டிருக்கும் இரண்டாம் யதார்த்தத்துக்கு மிகவும் 'இற்றைப் படுத்த' (update) உதவியாய் இருக்கின்றன. இதற்குச் சான்றுகளாக களவு, காதல் 2000, காந்தி ரோடு ஆகிய கவிதைகளை முன்னிறுத்தலாம்.

சங்கப் பனுவல்களுக்குப் பிறகான காலகட்டத்தைச் சேர்ந்ததாக அறியப்படும் அற இலக்கியப் பனுவல்கள் வெகு பெரும்பான்மையாக அரசாதிக்க நிழலில் நின்றுகொண்டு பனுவல் செய்யப்பட்டமையால் மேலிருந்து கீழாக ஆணை x நடைமுறைப்படுத்தல் என்கிற இரட்டைகள், உள்நோக்கமாகக் கொண்டு உருவாக்கப் பட்டவையாக உள்ளன. ஏனெனில் இவ்வகை அறப் பனுவல்களின் 'நவில்கை' (Narrative) முறையே ஆணை X ஏற்பு எனும் முறையில் அமைந்திருக்கும்.

இதன் ஆளுமை திராவிட இயக்க, பொதுவுடமை இயக்கப் பனுவல்கள் வரை நீடித்திருந்ததை நுண் வாசிப்புடையோர் உணராமல் கடக்க இயலாது.

இந்தப் பனுவல் உருவாக்கும் ஓரியல்பு பண்ணையார் தனத்தின் தொடக்கப் புள்ளியாய் இருப்பதை 90களுக்குப் பிறகான இளைய தலைமுறை, எழுத்தை உணர்ந்து, தகர்த்து புத்துருவாக்கத்தை முன்னிறுத்துகிறது. இப்புத்துருவாக்கங்கள் தம் சமூகக் கோபங்களையும், பண்பியல் போதாமைகளையும் சுட்டுமிடத்து தன் தரப்பின் பரிந்துரையாக மிகவும் Suggestive ஆக மட்டுமே முன்வைக்கின்றனர்.

அவ்வகையில் இந்த நி.மூ.வி.யில் ஐந்து கட்டளைகள் ஒருவிதப் பகடி(satire)யாகவும் ஒரு கோணத்தில் அனைவரின் பரிவுணர்ச்சியைத் திரட்டி அந்த சமூக இயல்பின் மீது குவிய வைத்து தன்னுடைய சினத்தின் உருவத்தை முற்றிலும் மாற்றி, ஆனால் அடர்த்தியைச் சற்றும் குறைத்துக் கொள்ளாமல் நிறுத்துவதன் மூலம் ஆணை X ஏற்பு என்கிற புதை மணலைத் தாண்டி நவீன 'நவில்கை' பாணியை முன்வைத்திருக்கிறது. இதேநேரத்தில் இந்த ஐந்து கட்டளைகள் கவிதையில் கருப்பொருள் சங்கப்பனுவல் கருப்பொருள்களைத் தொடக்கமாகக்கொண்டு ஆனால் மிகவும் அகலிக்கப் பட்ட நிலையில் காணப்படுகின்றன.

நம் சமூக அமைப்பு, ஐயமின்றி பார்ப்பனிய வெள்ளாள ஆணாதிக்கச் சாதியமைப்பு. இதன் சகல தனிமனித, குடும்ப, சமூக நிகழ்வுகளுக்கும் நிகழ்த்தும் முறைக்கென ஒரு வாய்ப்பாடு கோவை ஒன்று நம் நினைவு மண்டலத்தில் (Memory zone) அருவமாக ஆனால் திடமாகப் பதிய வைக்கப்பட்டுள்ளது. அந்த ‘வாய்ப்பாடு’ கோவையோடு தம் செயல்பாடு ஒவ்வொன்றையும் சரிபார்ப்பதன் ஊடாகவே ஒவ்வொரு நிகழ்வும் நிகழ்த்தப்படுகின்றன. இந்த முன் தயாரிக்கப்பட்ட விதிக்கோவைக்கேற்ப நிகழும் சம்பவப் பெருக்கம் தற்புதுமையற்றதாகவும் ஒருவகையில் கவிதை உருவாக்கத்திற்கு எதிரான இயந்திரத்தனமான சவாலாகவும் விளங்குவதை உணர முடிகிறது.

இந்த வேரையும், வேரடி மண்ணையும் நஞ்சாக்கி இருக்கிற இயல்பை விளங்கிக்கொள்ளாமல், அதி புதுமையான ‘கவிப் பீறிடல்களை விமர்ஸ்ணாஸ்ரம மேதாவிகள்’ இளைய தலைமுறைக் கவிஞர்களிடம் எதிர்பார்ப்பதாகப் பாவனையாகக் கோருகின்றனர். இதற்கு அடிப்படைத் தேவை தற்புதுமையுள்ள சநாதன வாய்ப்பாடு கோவையைச் சரிபார்த்து செயல்படும் இயல்பை வெட்டித் துண்டித்த வாழ்முறையே என்பதை உணர்ந்துள்ள இந்தத் தலைமுறைக் கவிஞர்களில் சிலர் மிகப் புதிதான தனிமனித குடும்ப, சமூக நிகழ்வுக்கான செய்கைகளை மேற்கொண்டு கவிதைக்குள் அதனை வசப்படுத்துகின்றனர்.

அதன்படியே முத்துக்குமாரின் கவி உருவாக்கத்துக்கும் தற்புதுமையுள்ள வாழ்க்கை நிகழ்வுகள் பேருதவி புரிந்துள்ளதாக நி.மூ.வி. கவிதைகள் சாட்சியம் சொல்கின்றன. சாட்சியமாக மலையாளம் கலர் (பகல் காட்சி மட்டும்) கவிதையைச் சொல்லலாம்.

மிகப் பாசாங்கான ஒழுக்கவாதத்தை, முன்வைக்கிற நம் சமூக ஆதிக்க சக்திகள் அதைக் கடந்து போகிறவனிடம் மிக நுணுக்கமான குற்றவுணர்ச்சியை

மிக வலிமையாக உருவாக்கி வைத்துள்ளன. அந்த விதி மீறலை மேற்கொள்ளும் நபரைக் கண்காணிக்கும் இயல்பை சமூகத்தின் சக பாசாங்கு ஒழுக்கவாதிகளே தயாரித்துக்கொள்கின்றனர். இந்த சமூக இயல்பைக் கண்டுபிடிக்க துப்புதுலக்க அந்த விதிமீறலை வாழ்ந்து பார்க்கவேண்டியிருக்கிறது. அல்லது இந்த நோக்கம் இல்லாமல் முன்பே விதிமீறி வாழ்ந்ததை இந்தத் துப்புத்துலக்கும் பணிக்காக கூச்சமில்லாமல் பணயம் வைத்து ஒரு அவலமான சமூக இயல்பை அம்பலப்படுத்த வேண்டி இருக்கிறது.

இந்தக் குறிப்பிட்ட கவிதைக்காக கவிஞன் பணயம் வைக்கும் விஷயம் தான் தமிழில் மிகக் குறைவாகவே படைப்பாளிகளால் பணயம் வைக்கப்பட 'ஆக நல்லவன்' என்கிற பட்டம். இதை இந்தக் கவிஞன் செய்திருப்பதுதான் தமிழ்க் கவிதைகளின் உரிப்பொருள் வரலாற்றை வேறு திசைக்கு நகர்த்திச் செல்ல விரும்புகிறவன் என்பதை உணர்த்துகிறது.

கலைஞனை, அவனின் உள்ளிருப்பை உச்சபட்ச கொதிநிலைக்கு உட்படுத்தும்போது பிரபஞ்சத்தின் சகல பண்புகளையும், பண்பு பொதி பொருள்களையும் சமநிலையோடு பார்க்கும் நோக்கு நிலை (perspective) உருவாகிறது.

கவி மனத்தை உச்சபட்ச கொதிநிலைக்கு உட்படுத்தும் பண்பு கவிஞனுக்கு தன் தூண்டலாகவோ, சமூகத் தூண்டலாகவோ நிகழும். இதன் விளைவாக ஒரு முக்கியமான அவசியமான நல்விளைவு ஒன்று ஏற்படும். அது சுய எள்ளல் தற்பகடி.

இதுவே கவிராட்சுகளையும், கவிச்சக்கரவர்த்தி களையும் கவிக்கோக்களையும், கவியரசுகளையும் உருவாகாமல் அதனை வரலாற்றின் கருவிலேயே சிசுக்கொலை செய்து தன்னியல்பான சுதந்திரமான அளவுகோல் ஒப்பீட்டுச் சாத்தியமற்ற கவிதைத்

தலைமுறையை உருவாக்குகிறது. இந்தத் தற்பகடி நி.மூ.வி. தொகுப்பில், தன் உடலை முன் வைத்து 'நூறு வருடப் பொறுமை' கவிதை வழியாகவும், தன் ஆளுமையை (Personality) முன்வைத்து 'இப்படிக்கு உறவுகள்' கவிதை வழியாகவும், 'இன்று செய்த சமூக சேவைகள்' கவிதையின் கடைசி வரியின் வழியாகவும் இன்றியமையாத தற்தகர்ப்பை நிகழ்த்தியிருக்கின்றன.

உளவியலின் அடிப்படைப் பகுப்புகளில் மாற்றமும் தொடர்ச்சியும் (Change & Continuty) என்பது ஒரு தொடக்கநிலை கூறு. இது சமூகவியலிலும் வேறுசில பயன்பாட்டு வேற்றுமைகளோடு பயன்படுத்தப்படுவது உண்டு. இதன்படி பண்பாட்டின் பழைய சமூக இயல்புகளை, சமூக நிகழ்வுகளை, விஞ்ஞானம் மாற்றமும் தொடர்ச்சியுமாக முற்றுகை இடும்போது மாற்றத்தை மறுத்து தொடர்ச்சியை வலியுறுத்தும் பண்பாட்டுப் பாதுகாப்புப் படை விஞ்ஞானத்துக்கு எதிராக போர்க்கொடி உயர்த்துகிறது. ஆனால், மேற்சொன்னதில் உறைந்திருக்கும் அபத்தத்தை அம்பலப்படுத்தும் அதேசமயத்தில், அதையே புதிய கோணத்தில் நோக்குகையில் அந்த விஞ்ஞானத்தின் முற்றுகையில் வந்து கவிந்து விட்டிருக்கிற இயந்திர தொழில்நுட்ப அஃறிணைத் தன்மையையும் 'அனுமதி இலவசம்' எனும் கவிதையில் பார்க்கமுடிகிறது.

'கடந்ததில் தோய்தல்' (Nostalogia) எனும் இயல்பு எந்த காலப்பரிமாணத்துக்கு உட்பட்ட உயர்திணைக்கும் தொடாமல் செல்வதற்கு வாய்ப்பளிக்காத பெருஞ்சவால். அதன் இருப்பிலேயே அதற்குரிய நன்மை தீமைகளை அது உள்ளடக்கியது என்றாலும் கவிஞனுக்கு அது நல்ல பனுவல்களைத் தரும் சாதக உணர்ச்சியாகவே இருந்து வந்திருப்பதைப் பார்க்க முடிகிறது.

அதுவும் 'அக்காவின் கடிதம்' கவிதை மூலம் பெண்பாலில் திட்டமிட்டு அவர்களின் ஒப்புதலோடு

குவிக்கப்பட்டிருக்கிற துக்கத்தின் சுயபச்சாதாபங்களின் மிகுதியை மண்ணில் கொட்டிக் கவிழ்த்தியிருக்கிறார், முத்துக்குமார்.

அப்பாவின் நினைவு தூண்டும் பதிலியாக (proxy) பேப்பர் போடும் பெரியவரை மனத்தில் நிர்மாணிப்பது வழி நிறைந்த வாழ்வில் இருந்து பிய்த்துக்கொண்டு வந்து கவிதைக்குள் பிரவேசித்த மிக அசாதாரண வரிகள் ஆகும். உறவுகளில் இருந்து ஒரு வயதுக்கு மேற்பட்டதும் பெண்பாலைத் துண்டித்து அயன்மையோடு நிறுத்துவதால் ஏற்படும் துக்க மிகையை சுய இரக்கத்தை வாசிப்பு மனங்களுக்கு அணுப் பரிமாணம் பிசகாமல் மொழிவழி கடத்தியிருக்கிறார், கவிஞர்.

தற்புதுமையற்ற வாழ்முறைகளைப் பகடி செய்வது ஒரு தொடக்கநிலைக் கவிஞனுக்குக்கூட சாத்தியமே என்றாலும், தற்புதுமையுள்ள வாழ்க்கையை வலியுறுத்தி பீறிட்டெழுந்த சிந்தனைகள் சில, கால ஓட்டத்தில் கோட்பாட்டு இறுக்கமும், அந்த இறுக்கத்தின் உடனிகழ்வாக ஒரு ஒட்டடைக்குச்சியின் மீது கவிந்த நூலாம்படை போலவும், அதில் இருந்து இன்னொரு வகைச் சிக்கல் விசுவரூபமாய் எழுந்து நிற்கிறது. இதுவே கோட்பாடுகள் இன்றடைந்திருக்கிற நிலையின் சோகமான வரலாற்றுச் சுருக்கம். இதையும் கண்காணித்து வாசக மனங்களிடையே ஒரு பகிர்வாக தன் வழமையான பகடியோடு படைத்திருக்கிறார் கவிஞர். அந்தக் கவிதை ‘செய்முறை’ என்ற தலைப்பில் இடம்பெற்று வாசகர் மனத்தின் அதிவிழிப்பு நிலைக்கு உதவுகிறது.

பொதுவாக நி.மூ.வி. தொகுப்பின் எல்லாக் கவிதைகளையும் பகடி என்கிற ஒற்றைப் பேருணர்ச்சியின் அடியமைப்பாகக்கொண்டு வேறு சில நுண் உணர்ச்சிகள் கிளர்ந்திருக்கிற கவிதைகள் என்று சொல்லலாம். ‘போலி மேட்டிமைவாதம்’ பேசும், ‘புதிய மொந்தையில் பழைய கள் வார்க்கும் ஆ‘சாமிகளை’ அம்பலப்படுத்த

புதிய தந்திரத்தை உனக்கும் எனக்கும் புரியாத கவிதை முன்வைக்கிறது அந்தத் தந்திரம். யானையை, யானையைவிடச் சின்னதாய் ஓவியம் தீட்டும் மனிதனால் கொசுவைவிடப் பெரியதாக அன்றி, கொசுவை வரைய முடியாத இயலாமையைச் சுட்டிக்காட்டுவது போன்றது.

இறுதியாக, இதுவரைக்கும் இருக்கின்ற எல்லா சிந்தனையாளர்களும், கவிஞர்களும், தத்துவவாதிகளும், புரட்சியாளர்களும், தங்களுடைய நோக்குநிலையில் (Perspecitve) இருந்து இந்த மொத்த சமூகத்தையும் கேள்விகளின் வெளியாக (spcae of questions), பதில்களின் வெளியாக (space of answers), கண்டுபிடிப்புகளின் வெளியாக (space of creations) நிர்மாணிக்க முனைந்திருக்கிறார்கள். அவற்றுக்கே உரிய நன்மை தீமைகளை பின்வந்த தலைமுறை ஆராய்ந்து அறிந்து அவற்றின் மீது தீர்ப்பாகவும் கூறுகின்றது.

அந்த அடிப்படைகளில் பார்த்தால், கவிஞர் நா.முத்துக்குமார், இந்தச் சமூகம் மொத்தத்தையும் ஒரு பகடியின் வெளியாக (space of satire) மாற்ற முனையும் மிகச்சிறுபான்மையருள் ஒருவர். கண்டிப்பாக இந்த வகை கவிஞர்கள், தமிழின் கவிதை உரிப்பொருள் அகலிப்புக்கு பெரும்பங்கு அளிக்கிற வகையினம்தான்.

Playful Poetry, Geometrical Poetry, Meta Physical Poetry, Spectral Poetry – இவை நான்கும் சந்திக்கும் புள்ளியில் இருந்து கட்டமைக்கப்பட்ட இந்தத் தொகுப்பின் கவிதைகள் மொழியின் சதுரங்கப் பலகையில் ஒரு புதிய அதிசயத்தை நிகழ்த்துகின்றன.

- **க.கஜேந்திரன்**

டிஸ்கவரி புக் பேலஸ் வெளியீடுகள்

நா.முத்துக்குமாரின் படைப்புகள்

1. பட்டாம்பூச்சி விற்பவன் — ரூ.80
2. நியூட்டனின் மூன்றாம் விதி — ரூ.80
3. குழந்தைகள் நிறைந்த வீடு — ரூ.100
4. பச்சையப்பனிலிருந்து ஒரு தமிழ் வணக்கம் — ரூ.100
5. கிராமம் நகரம் மாநகரம் — ரூ.130
6. அ'னா ஆ'வன்னா — ரூ.120
7. கண்பேசும் வார்த்தைகள் — ரூ.140
8. பால காண்டம் — ரூ.90
9. என்னைச் சந்திக்க கனவில் வராதே — ரூ.60
10. நினைவோ ஒரு பறவை — ரூ.200
11. நா.முத்துக்குமார் கவிதைகள் — ரூ.400

நா.முத்துக்குமாரின் இந்த 11 புத்தகங்களின் விலை ரூ.1500

மொத்தமாக வாங்கினால் ரூ.1300 மட்டும்